આઝાદી નો અમૃત મહોત્સવ

મિહિર જાગૃતિ વોરા

Made with ❤ on the Notion Press Platform
www.notionpress.com

આ પુસ્તક હું માતા પિતા ને , મોટા ભાઈ ભાભી તથા
પ્રિય ભત્રીજી ને અર્પણ કરું છું

સામગ્રી

પ્રસ્તાવના

મિત્રો હાલ આપણા ભારતની આઝાદી ના અમૃત મહોત્સવ નિમિતે એક નાનો નિબંધ લખ્યો છે આપને જરૂર થી ગમશે.

સ્વીકૃતિઓ

આ પુસ્તક માટે મેં વિવિધ લેખ આધારિત માહિતી વિકિપીડિયા ,લેખ ને લાગતા આવેલા વિવિધ અખબારી અહેવાલ અને જે તે લેખક ના લેખ ના સંદર્ભી નો સહારો લીધો છે તે સૌ નો હું આભાર માનું છું.

અનુક્રમણિકા

આઝાદી નો અમૃત મહોત્સવ

૧
આઝાદી નો અમૃત મહોત્સવ

મિત્રો કેન્દ્ર સરકારે દેશની આઝાદીને આવતા વર્ષે ૭૫ વર્ષ પૂર્ણ થશે. તે ઐતિહાસિક અવસરની ઉજવણી માટે રાષ્ટ્રીય કક્ષાની સમિતિની રચના કરી છે. પ્રધાનમંત્રી નરેન્દ્ર મોદીના અધ્યક્ષ પદે રચાયેલી આ સમિતિમાં સમાજના બધા જ વર્ગોના ૨૫૯ મહાનુભાવોનો સમાવેશ કરાશે. સુચિત સમિતિ આઝાદીને ૭૫ વર્ષ પુર્ણ થશે તેની દેશ અને વિદેશમાં થનારી ઉજવણીના કાર્યક્રમો નિર્ધારીત કરવા માર્ગદર્શન રુપરેખા અને નીતી તૈયાર કરશે.

દેશના આઝાદીની ૭૫ વર્ષની ઉજવણીનો પ્રારંભ, ૭૫ અઠવાડીયા પહેલા એટલે કે ૧૨મી માર્ચ ૨૦૨૧ થી કરાઈ ચુકી છે આગામી બારમી માર્ચે મહાત્મા ગાંધીજીએ કરેલા ઐતિહાસીક મીઠાના સત્યાગ્રહને ૯૧ વર્ષ પણ પુરાથયા છે એટલે આજ દિવસે રાષ્ટ્રીય સમિતિની પ્રથમ બેઠક મળી હતી. ભારત દેશના સ્વતંત્રતા દિવસ તરીકે ૧૫મી ઓગસ્ટના દિવસને ઉજવવામાં આવે છે.

ઇ.સ. ૧૯૪૭નાં વર્ષમાં આ દિવસે અંગ્રેજોની ગુલામીમાંથી ભારત દેશ આઝાદ થયો હતો, આથી આઝાદીની લડતમાં સફળતા મળી અને સ્વતંત્રતા હાંસલ કરી તેની ખુશીમાં દર વર્ષે સ્વતંત્રતા દિવસ ઉજવવામાં આવે છે. આ દિવસને ભારતભરમાં રાષ્ટ્રીય તહેવાર તરીકે

જાહેર કરવામાં આવેલો છે.

દેશનાં તમામ કાર્યાલયોમાં આ દિવસે જાહેર રજા આપવામાં આવે છે. આખા દેશમાં સ્થાનિક સ્વરાજની સંસ્થાઓ (રાજ્ય સરકારી, જિલ્લા, તાલુકા અને ગ્રામ પંચાયતો) દ્વારા ધ્વજ વંદનના કાર્યક્રમોનું આયોજન કરવામાં આવે છે. મુખ્ય સમારંભ નવી દિલ્હીમાં ઉજવવામાં આવે છે જેમાં ભારતના વડાપ્રધાનલાલ કિલ્લા પરથી તિરંગો ફરકાવે છે અને પ્રજાજોગ સંદેશ આપે છે, જેનું ટેલિવિઝન પર જીવંત પ્રસારણ કરવામાં આવે છે.

આ સંદેશામાં તેઓ સરકારની પાછલા વર્ષની સિદ્ધિઓ વર્ણવે છે, મહત્ત્વનાં મુદ્દાઓ જણાવે છે અને વધુ પ્રગતિ તથા વિકાસ માટે દેશને પડકાર કરે છે. વડા પ્રધાન આઝાદીની ચળવળનાં નેતાઓને શહિદોને શ્રદ્ધાંજલિ આપે છે અને સ્વાતંત્ર્ય સેનાનિઓને યાદ કરે છે.

ભારતની સાંસ્કૃતિક વિવિધતાનું પ્રદર્શન, વિજ્ઞાન અને ટેક્નોલોજિ ક્ષેત્રે દેશે કરેલી પ્રગતિ વિગેરેની ઝાંખી, ભારતની શસ્ત્ર તાકાતનું નિદર્શન અને દેશના સુરક્ષા દળોની પરેડ આ ઉજવણીનું અભિન્ન અંગ છે. સ્વતંત્રતા દિવસ, ભારતમાં ત્રણ રાષ્ટ્રીય રજાઓમાંથી એક (અન્ય બે રજા ૨૬ જાન્યુઆરીએ પ્રજાસત્તાક દિવસ અને 2 ઓક્ટોબરના રોજ મહાત્મા ગાંધીનો જન્મદિવસ), બધા ભારતીય રાજ્યો અને કેન્દ્રશાસિત પ્રદેશોમાં મનાવવામાં આવે છે.

સ્વતંત્રતા દિવસની પૂર્વસંધ્યાએ ભારતના રાષ્ટ્રપતિએ "રાષ્ટ્રનું સરનામું" આપે છે.તેમજ ૧૫ મી ઓગસ્ટ ના રોજ વડા પ્રધાન દિલ્હીનો લાલ કિલ્લો જે ઐતિહાસિક સ્થળની બાજુમાં ભારતીય ધ્વજ (તિરંગો) ફરકાવે છે. તેઓ ભારતીય સ્વતંત્રતા ચળવળના નેતાઓને શ્રદ્ધાંજલિ આપે છે . ભારતીય રાષ્ટ્રગીત, " જન ગણ મન " ગવાય છે. ભાષણ પછી ભારતીય સશસ્ત્ર દળ અને અર્ધ સૈન્ય દળોના વિભાગોના માર્ચ પાસ્ટ આવે છે . પરેડ અને તસ્વીરો સ્વતંત્રતા સંગ્રામ અને ભારતની વિવિધ સાંસ્કૃતિક પરંપરાના દ્રશ્યો દર્શાવે છે.

આવી જ ઘટનાઓ રાજ્યની રાજધાનીઓમાં થાય છે જ્યાં વ્યક્તિગત રાજ્યોના મુખ્યમંત્રીઓ રાષ્ટ્રધ્વજ લહેરાવે છે, ત્યારબાદ પરેડ અને અનુક્રમણિકા અનુસાર થાય છે. ૧૯૭૩ સુધી, રાજ્યના રાજ્યપાલે રાજ્યની રાજધાની પર રાષ્ટ્રધ્વજ ફરકાવ્યો. ફેબ્રુઆરી

૧૯૭૪ માં, તમિળનાડુના મુખ્યમંત્રી એમ. કરુણાનિધિએ તત્કાલિન વડા પ્રધાન ઇન્દિરા ગાંધી પાસે આ મુદ્દો ઉઠાવ્યો કે મુખ્ય પ્રધાનોને સ્વતંત્રતા દિવસ પર રાષ્ટ્રધ્વજ ફરકાવવાની છૂટ આપવામાં આવે, જે રીતે સ્વતંત્રતા દિવસ પર વડા પ્રધાન રાષ્ટ્રધ્વજ ફરકાવે છે.

બાદમાં સંબંધિત રાજ્યોના મુખ્યમંત્રીઓને ૧૯૭૪ થી સ્વતંત્રતા દિવસની ઉજવણી પર રાષ્ટ્રીય ધ્વજ ફરકાવવાની છૂટ છે. દેશભરની સરકારી અને બિન-સરકારી સંસ્થાઓમાં ધ્વજવંદન સમારોહ અને સાંસ્કૃતિક કાર્યક્રમો યોજાય છે. શાળાઓ અને કોલેજોમાં ધ્વજવંદન સમારોહ અને સાંસ્કૃતિક કાર્યક્રમો યોજવામાં આવે છે.

મુખ્ય સરકારી ઇમારતો મોટેભાગે લાઇટના તારથી શણગારવામાં આવે છે. દેશ પ્રત્યેની નિષ્ઠાના પ્રતીક માટે વિવિધ કદના રાષ્ટ્રધ્વજનો વિપુલ પ્રમાણમાં ઉપયોગ થાય છે. ભારતીય સ્વતંત્રતા ચળવળ એ ભારતમાં બ્રિટીશ શાસનનો અંત લાવવાના અંતિમ ઉદ્દેશ સાથે ચલાવવામાં આવેલી ઐતિહાસિક લડતની ઘટનાઓની શ્રેણી હતી. આ ચળવળ ૧૮૫૭ થી ૧૯૪૭ સુધી ચાલી હતી.

ભારતીય સ્વતંત્રતા માટેની પહેલી રાષ્ટ્રવાદી ક્રાંતિકારી ચળવળ બંગાળમાં શરૂ થઈ. ત્યાર બાદ અગ્રણી મવાળ નેતાઓ સાથે નવી રચાયેલી <u>ભારતીય રાષ્ટ્રીય કોંગ્રેસ</u> થકી ભારતીય સનદી સેવાની (સિવિલ સર્વિસ) પરીક્ષાઓ આપવાના મૂળભૂત અધિકારની અને દેશવાસી માટે વધુ અધિકારોની (મુખ્યત્વે આર્થિક) માંગણી કરતી ચળવળો દ્વારા સ્વતંત્રતાની ચળવળના મૂળ વધુ ઊંડા ઉતર્યા. ૨૦ મી સદીના પ્રારંભિક કાળમાં લાલ બાલ પાલ (ત્રિનેતા) , અરબિંદો ઘોષ અને <u>વી.ઓ. ચિદમ્બરમ પિલ્લાઈ</u> જેવા નેતાઓના માર્ગદર્શન હેઠળ આ ચળાવળે વ્યાપક રાજકીય સ્વરૂપ ધારણ કર્યું અને તે સ્વરાજ્યની માંગણી તરફ વળી.

૧૯૨૦ ના દાયકાથી સ્વરાજ્યની લડતના છેલ્લા તબક્કામાં કોંગ્રેસે <u>મહાત્મા ગાંધીના</u> અહિંસા, સવિનય કાનૂન ભંગ અને અન્ય એવા ઘણા અન્ય અભિયાનો અપનાવ્યા હતા. <u>સુભાષચંદ્ર બોઝ</u>, <u>ભગતસિંહ</u>, <u>ભગત સિંહ</u>, <u>સૂર્ય સેન</u> જેવા રાષ્ટ્રવાદી ક્રંતિકારીઓએ સ્વ-શાસન મેળવવા માટે સશસ્ત્ર ક્રાંતિનો ઉપદેશ આપ્યો હતો. <u>રવીન્દ્રનાથ ટાગોર</u>, સુબ્રમણ્યા ભારતી, બંકિમચંદ્ર ચટ્ટોપાધ્યાય અને કાઝી નઝરુલ

ઈસ્લામ જેવા કવિઓ અને લેખકો રાજકીય જાગૃતિ માટેના સાધન તરીકે સાહિત્ય, કાવ્ય અને ભાષણનો ઉપયોગ કરતા હતા. સરોજિની નાયડુ, પ્રીતીલતા વાહ્ેદર, બેગમ રોકેયા જેવી નારીવાદી નેતાઓએ ભારતીય મહિલાઓની મુક્તિ અને રાષ્ટ્રીય રાજકારણમાં તેમની ભાગીદારીને પ્રોત્સાહન આપ્યું.

બી.આર. આંબેડકરે વધુ સ્વરાજ્યની ચળવળમાં ભારતીય સમાજના વંચિત વર્ગના મુદ્દાને વણી લીધો. બીજા વિશ્વયુદ્ધના દરમ્યાન જાપાનની મદદથી સુભાષચંદ્ર બોઝની આગેવાની હેઠળની ભારતની રાષ્ટ્રીય સૈન્યની ચળવળ અને કોંગ્રેસની આગેવાની હેઠળના ભારત છોડો આંદોલન એ આ ચળવળનો ચરમકાળ હતો.

આઝાદીમાં જંગલોમાં રહેનારા આપણા આદિવાસીઓનું યોગદાન અપ્રતિમ હતું. તે જંગલોમાં રહેતા હતા, બિરસા મુંડાનું નામ તો કદાચ આપણા કાનોમાં પડે છે પરંતુ કદાચ કોઇ આદિવાસી જિલ્લો એવો નહીં હોય કે જ્યાં 1857થી લઇને આઝાદી આવવા સુધી આદિવાસીઓએ જંગ ન કરી હોય, બલિદાન ન આપ્યું હોય. દેશ ના વિદેશ માં રહેતા અનેક લોકો વિવિધ દેશ ના રાષ્ટ્રપતિ કે ઉપરાષ્ટ્રપતિ કે વિવિધ રાજકીય હોદા ઉપર કાર્યરત છે , અનેક લોકો વિદેશ માં મોટી કંપની માં કામ કરે છે અને વિદેશી કરોડો રુપિયા ભારત ની અર્થવ્યવસ્થા માં મોકલે છે .

વિશ્વ નો એક પણ ખૂણો બાકી નહિ હોય જ્યાં ભારતીય નહિ હાજર હોય જે ૭૫ વર્ષ ની સિદ્ધિ છે . ભારત ની સિનેમા અને નાટકો જે વિવિધ ભાષા ના છે તેના કલાકારો , ગીત સંગીત ની આખા વિશ્વ માં ધૂમ છે જેમાં વિવિધ ક્લાસિકલ , બોલોવુડ , પ્રાદેશિક સિનેમા , વિવિધ વાદ્ય સંગીત માં પણ ભારતીય કલાકારો વિશ્વ માં નામ ધરાવે છે , ભારતીય કલાકારો, ગાયકો , કવિ , સંગીતકારો લેખકો , પત્રકાર , વકીલો , ડોક્ટરો ,પરિચારિકા ,ઈજનેર , શિક્ષક ની આજે વિશ્વ માં કદર છે અને સારા માન દામ મળે છે .આ બેઠી ૭૫ વર્ષ ના ભારત ની સિદ્ધિ છે . ભારત ના વૈજ્ઞાનિક , અને લશકર ના પરાક્રમ ની આખી દુનિયામાં કદર છે અને ડંકો વાગે છે .

ભારતીય સ્વરાજ્યની ચળવળ એક જનસમૂહ આધારિત આંદોલન હતું જેમાં સમાજના વિવિધ વર્ગ સહભાગી હતા. આ ચળાવળમાં સતત

વૈચારિક ઉત્ક્રાંતિની પ્રક્રિયા પણ થઈ. અલબત્ આ ચળવળની મૂળ વિચારધારા વસાહતવાદ (સંસ્થાનવાદ) વિરોધી હતી, પરંતુ તેણે સ્વતંત્ર મૂડીવાદી આર્થિક વિકાસની સાથે ધર્મનિરપેક્ષ, લોકશાહી, પ્રજાસત્તાક અને નાગરિક-સ્વાતંત્ર્યવાદી રાજકીય માળખાને ટેકો આપ્યો હતો. ૧૯૩૦ પછી, આ ચળવળ એક મજબૂત સમાજવાદી અભિગમ તરફ વળી. આ વિવિધ ચળવળોને અંતે ભારતીય સ્વતંત્રતા અધિનિયમ ૧૯૪૭ બન્યો, જેનાથી ભારત પર (અંગ્રેજ) આધિપત્યનો અંત આવ્યો અને પાકિસ્તાનની રચના થઈ.

૨૬ જાન્યુઆરી, ૧૯૫૦ન દિવસે ભારતનું બંધારણ અમલમાં આવ્યું અને ભારત પ્રજાસત્તાક બન્યું આવ્યું ત્યાં સુધી ભારત પર અંગ્રેજ સત્તાનું વર્ચસ્વ રહ્યું. ૧૯૫૬માં પહેલું પ્રજાસત્તાક બંધારણ અપનાવ્યા સુધી પાકિસ્તાન પર બ્રિટિશ સત્તાનું પ્રભુત્વ હતું. ૧૯૭૧ માં, પૂર્વ પાકિસ્તાને બાંગ્લાદેશ પીપલ્સ રીપબ્લિક તરીકે પોતાની સ્વતંત્રતા જાહેર કરી.

આજે આપણે જે આઝાદીનો શ્વાસ લઈ રહ્યા છીએ તેની પાછળ લક્ષાવધિ (લાખો) મહાપુરુષોનું બલિદાન છે. ત્યાગ અને તપસ્યાની ગાથા છે. જવાનીમાં ફ્રાંસીના ગાળિયાને ચુમનારા વીરોની યાદ આવે છે. મહાત્મા ગાંધી, સરદાર પટેલ, પંડિત નહેરુ, અગણિત મહાપુરુષો કે જેમણે દેશની આઝાદી માટે અવિરત સંઘર્ષ કર્યો અને તેનું જ પરિણામ છે કે આજે આપણને સ્વરાજ્યમાં આઝાદીના શ્વાસ લેવાનું સદભાગ્ય પ્રાપ્ત થયું છે.

ભારત એક ચિર પુરાતન રાષ્ટ્ર છે. હજારો વર્ષોનો ઇતિહાસ છે, હજારો વર્ષોનો સાંસ્કૃતિક વારસો છે. વેદથી વિવેકાનંદ સુધી, ઉપનિષદથી ઉપગ્રહ સુધી, સુદર્શન ચક્રધારી મોહનથી લઈને ચરખાધારી મોહન સુધી, મહાભારતના ભીમથી લઈને ભીમરાવ સુધી, આપણી એક લાંબી ઇતિહાસની યાત્રા છે, વારસો છે. આ ધરતીએ અનેક ઉતાર-ચઢાવ જોયા છે. અનેક પેઢીઓએ સંઘર્ષ કર્યો. અનેક પેઢીઓએ માનવજાતને મહામૂલ્યો આપવા માટે તપસ્યા કરી છે. ભારતની ઉંમર 75 વર્ષ નથી.

પરંતુ ગુલામીના સમય પછી આપણે જે આઝાદી મેળવી છે. એક નવી વ્યવસ્થા હેઠળ આપણે દેશને આગળ વધારવાનો પ્રયાસ કર્યો,

તે યાત્રા 75 વર્ષની છે. કોરોના કહેર માં આપણી વેક્સિન અને આયુર્વેદિક , યોગ ની જીવન શૈલી નો પરિચય અને તાકાત નો પરિચય સમગ્ર દુનિયાએ જોયો છે અને આવનારા દિવસ માં પણ જોશે હવે દુસ્મન દેશ માં સજીકલ સ્ટ્રાઇક પણ થાય છે અને ભારત નય માથું ગણાતા જમ્મુ કાશમીરમાં ૩ ૭૦ મી કલમ રદ થઈ ને દેશ નો તિરંગો ત્યાં શાન થઈ લહેરાય છે.

આ ઉપરાંત દેસમાં દેશ ચીન કે પાકિસ્તાન ને મુંહતોજવાબ પણ અપાય છે .આ છે 75 વર્ષ ના ભારત ની સિદ્ધિ, ભારત અને કલાકારો અને સંગીતકારો ઓસ્કાર જીતે છે , લેખકો પુલિત્ઝર , વૈજ્ઞાનિકો નોબેલ , યુવતીઓ મિસ યુનીવર્ષ , મિસ વર્ડ જીતે છે ભારત ના તમામ સ્ત્રી કે પુરુષ રમતવીરો રમત ગમત માં વિશ્વ કપ , ઓલિમ્પિક માં મેડલ જીતે છે . વિશ્વ ની મોટી કંપની ના સી ઈ ઓ પદે ભારત ના લોકો છે , વિશ્વ ના અનેક દેશો માં રાજકારણ માં ભારત માં જન્મેલા રાજ કરેછે જે મારા ભારત ની ૭૫ વર્ષ ની સિદ્ધિ છે .

મહાત્મા ગાંધીજી ના અહિંસા ના વિચારો આજે પણ પ્રસ્તુત છે અને આખા વિશ્વ માં તેમની પ્રતિમા અને તેમના નામ ની ટપાલ ટિકિટ લગભગ ૭૦ થી વધારે દેશ માં પ્રસ્તુત છે ,જે ભારત ની૭૫ વર્ષની સિદ્ધિ છે , ઉપરાંત પ્રવાશન કે ભણતર માં કચ્છ ના રણ થી કન્યાકુમારી સુધી અનેક જોવાલાયક સ્થળો છે જેમાં કરોડો લોકો દેશ વિદેશ થી આવે છે જે ભારત ની સંસ્કૃતિ ની ૭૫ વર્ષ ની સિદ્ધિ છે . તમામ સ્ત્રી કે પુરુષ , યુવાનો ૧૮ વર્ષે મતદાન પણ કરે અને મોબાઈલ ગેમ કે એપ પણ બનાવે છે , આજે ભારત માં સતી પ્રથા, દહેજ, ત્રણ તલાક દૂર છે ભારત માં તમામ વર્ગ ના લોકો જેમાં નપુંશક સમાજ પણ સામેલ છે સૌને સમાન અધિકારો છે અને લિંગ ભેદ દૂર થયો છે જે .૭૫ વર્ષ ના ભારત ની સિદ્ધિ છે .

આજે પણ ભારત માં સુપ્રીમ સર્વોપરી છે જે ભારતના ના ૭૫ વર્ષ ના લોકશાહી ના બંધારણ ની શાન છે . ભારતીય રેલ ,સડક અને હવાઈ માર્ગી આજે વિશ્વ ના તમામ દુનિયા ના લોકો માટે ખુલા છે અને જેનો વિશ્વ માં લોકો બહોળો ઉપયોગ અને પ્રચાર પણ કરે છે ભારત ના જોવાલાયક યાદગીરી ના પ્રતીકો જોવા આજે દેશ વિદેશ ના લોકો આવે છે ઉપરાંત ભારતીય ઉઘૌગિક ના માંધાતાઓ આજે વિશ્વ માં રાજ

કરે છે જે એક મોટી વાત છે.

જે ૭૫ વર્ષ ના ભારત ની સિદ્ધિ છે,જો માનનીય વડાપ્રધાન ના લાલકિલ્લા માં કરેલા ભાસણ ની વાતો જો સ્વિકારીઓ તો ભારત માં આજે અનેક ૭૫વર્ષ ની સિદ્ધિઓ છે જેમકે દેશ ના અનેક સ્વતંત્ર સેનાનીઓએ દેશને એક કર્યો.

હવે આપણા બધાની જવાબદારી છે કે દેશને શ્રેષ્ઠ બનાવીએ. 'એક ભારત – શ્રેષ્ઠ ભારત'નું સપનું સાકાર કરવાનો આપણે સતત પ્રયાસ કરવો જોઈએ., સ્વરાજ એમ જ નથી મળ્યું, જુલ્મો બે સુમાર હતા, પરંતુ સંકલ્પો અડગ હતા. દરેક હિન્દુસ્તાની આઝાદીના આંદોલનનો સિપાઈ હતો. દરેકના મનમાં જુસ્સો હતો, દેશ આઝાદ થાય, બની શકે કે, દરેકને બલિદાનનું સૌભાગ્ય નહીં મળ્યું હોય. બની શકે છે કે દરેકને જેલ જવાનું સદભાગ્ય નહીં મળ્યું હોય, પરંતુ દરેક હિન્દુસ્તાની સંકલ્પબધ્ય હતો, મહાત્માજીનું નેતૃત્વ હતું. સશસ્ત્ર ક્રાંતિકારીઓના બલિદાનોની પ્રેરણા હતી, ત્યારે જઈને સ્વરાજ્ય પ્રાપ્ત થયું હતું. પરંતુ હવે સ્વરાજ્યને સુરાજ્યમાં બદલવાનો સવાસો કરોડ દેશવાસીઓનો સંકલ્પ છે.

જો સ્વરાજ્ય બલિદાન વિના નથી મળ્યું, તો સુરાજ્ય પણ ત્યાગ વિના, પુરુષાર્થ વિના, પરાક્રમ વિના, સમર્પણ વિના, શિસ્ત વિના સંભવ નથી થતું. અને એટલા માટે સવાસો કરોડ દેશવાસીઓના સુરાજ્યના સંકલ્પને આગળ ધપાવવા માટે પોતપોતાની વિશેષ જવાબદારી તરફ કટિબદ્ધતાથી આગળ વધવું પડશે. પંચાયત હોય કે પાર્લામેન્ટ, સરપંચ હોય કે વડાપ્રધાન, હરકોઈને, દરેક લોકશાહી સંસ્થાને, સુરાજ્ય તરફ આગળ વધવા માટે પોતાની જવાબદારી નિભાવવી પડશે, પોતાની જવાબદારીને પરિપૂર્ણ કરવી પડશે અને તો ભારત સુરાજ્યનું સપનું સાકાર કરવામાં વધારે વાર નહીં કરે.

એ વાત ખરી છે કે, દેશની સામે સમસ્યા અનેક છે, પરંતુ આપણે એ ન ભૂલીએ કે દેશની સામે સમસ્યાઓ છે તો દેશ પાસે સામર્થ્ય પણ છે. અને જ્યારે આપણે સામર્થ્યની શક્તિને લઈને આગળ વધીએ છીએ તો સમસ્યાઓના ઉકેલના ઉપાય પણ મળી જાય છે, ભારત પાસે જો લાખો સમસ્યાઓ છે તો સવાસો કરોડ મગજ પણ છે જે સમસ્યાઓનો ઉકેલ લાવવાનું સામર્થ્ય રાખે છે., ત્યારે એ વાતનો સંકેત હોય છે કે

જ્યારે આશાઓ હોય, ભરોસો હોય તેના ઉદરમાંથી જ અપેક્ષાઓ જન્મ લે છે અને અપેક્ષાઓ સુરાજ્ય તરફ જવાની ગતિને વધુ તેજ બનાવે છે, નવા પ્રાણ પૂરે છે. અને સંકલ્પોનો ઉમેરો નિત્ય-નિરંતર થતો રહે છે.

નિયતની પણ અને નિર્ણયની પણ વાત કરી રહ્યો છું. કેવળ દિશા નહીં, એક વ્યાપક દૃષ્ટિકોણનો આ મુદ્દો છે. કેવળ રૂપરેખા નહીં, આ રૂપાંતરણનો સંકલ્પ છે. આ લોકઆકાંક્ષા, લોકશાહી અને લોકસમર્થનની ત્રિવેણી ધારા છે. આ મતિ પણ છે, આ સહમતિ પણ છે. આ ગતિ પણ છે અને પ્રગતિનો અહેસાસ પણ છે. અને એટલા માટે આજે જ્યારે સુરાજ્યની વાત કરું છું ત્યારે સુરાજ્યનો સીધો સાદો અર્થ છે આપણા દેશના અદનામાં અદના માનવીના જીવનમાં બદલવા લાવવો.

સુરાજ્યનો અર્થ છે શાસન, સામાન્ય માનવી પ્રત્યે સંવેદનશીલ હોય, જવાબદાર હોય અને અદના માનવીઓ પ્રત્યે સમર્પિત હોય અને તે વખતે સારા વહિવટ પર જોર આપવું પડે છે, હર કોઈની જવાબદારીને જગાડતા રહેવું પડે છે. જવાબદારી અને જવાબદેહિતા મૂળમાં હોવી જોઈએ. ત્યાંથી જ તેને પોષણ મળવું જોઈએ.

એટલા માટે શાસન સંવેદનશીલ હોવું જોઈએ. આપણને યાદ છે, એવા પણ દિવસો હતા, જ્યારે કોઈ મોટી હૉસ્પિટલમાં જવું હોય તો દિવસો સુધી રાહ જોવી પડતી હતી. એઇમ્સમાં લોકો આવતા હતા, બે-બે, ત્રણ-ત્રણ દિવસ વિતાવતા હતા ત્યારે જઈને એમની તપાસ ક્યારે થશે એ નક્કી થતું હતું. આજે તે સમગ્ર વ્યવસ્થાને બદલી શક્યા છીએ.

ઓનલાઇન રજિસ્ટ્રેશન થાય છે, ઓન લાઇન ડૉક્ટરની એપોઇન્ટમેન્ટ મળે છે, નિર્ધારિત સમયે દર્દી આવે તો તેની સારવાર શરૂ થઈ જાય છે, એટલું જ નહીં તેને તેના સઘળા મેડિકલ રીપોર્ટ પણ ઓનલાઇન ઉપલબ્ધ હોય છે અને આરોગ્યના ક્ષેત્રમાં દેશવ્યાપી કાર્યસંસ્કૃતિના રૂપમાં વિકસિત કરવા માગીએ છીએ.

આજે મોટી મોટી 40 થી વધુ સરકારી હૉસ્પિટલોમાં આ વ્યવસ્થા કરાઈ છે. પહેલાં આધુનિક ટેકનોલોજીથી એક મિનિટમાં માત્ર બે હજાર ટિકિટ નીકળતી હતી અને તે જમાનામાં કમ્પ્યૂટરમાં ચક્કર ફરતું રહેતું હતું, ખબર નહીં ક્યારે વેબસાઇટ ખૂલે આજે એક મિનિટમાં 15 હજાર

ટ્રેન ટિકિટ મળવાનું સંભવ બની ગયું છે.

આખાયે દેશમાં એક વર્ગ છે, ખાસ કરીને મધ્યમવર્ગ, ઉચ્ચ મધ્યમવર્ગ, તેને જ્યારે મળો તો જાણવા મળે કે કેટલીકવાર તે પોલીસવાળા કરતા ઇન્કમટેક્સવાળાથી વધુ પરેશાન થતો હોય છે, પરંતુ એક સમય હતો જ્યારે સામાન્ય પ્રામાણિક નાગરિક, પોતાનો ઇન્કમટેક્સ ભરતો હતો ત્યારે બે રૂપિયા વધારે ભરી દેતો હતો. તેને ડર હતો. પાછળથી કોઈ તકલીફ ના થાય. પરંતુ એકવાર સરકારી ખજાનામાં ધન પહોંચી ગયું તો રીફંડ મેળવવા માટે તેને લોઢાના ચણા ચાવવા પડતા હતા.

લાગવગ લગાડવી પડતી હતી અને મહિનાઓ સુધી નાગરિકના હકના પૈસા સરકારી ખજાનામાંથી ચૂકવવામાં ઠાગાઠૈયા કરાતા હતા. આજે ઓનલાઇન રીફંડ આપવાની વ્યવસ્થા કરી. આજે ત્રણ અઠવાડિયામાં રીફંડ મળવાનું શરૂ થઈ ગયું છે. જે આજે ટીવી પર / રેડિયો પર સાંભળતા હશે. તે પણ એ વાત સ્વીકારતા હશે કે,

હા ભાઈ, મારું રીફંડ તો સીધે સીધું મારા બેન્ક ખાતામાં જમા થઈ ગયું. મારે કોઈ અરજી નથી કરવી પડી. તો આ જે જવાબદારીપણું આ ઉત્તરદાયીત્વ એ આ બધા જે પ્રયાસો કરાય છે તેનું પરિણામ છે. વહિવટમાં સુરાજ્ય માટે પારદર્શિતાને મહત્વ આપવાનું એટલું જ અગત્યનું છે. આપ જાણો છો, આજે સમાજમાં પહેલા કરતા એક વિશ્વવ્યાપી સંપર્ક-સંબંધ ધીરે ધીરે સહજ બનતો જઈ રહ્યો છે.

મધ્યમવર્ગની વ્યક્તિ ઇચ્છે છે કે પોતાનો પાસપોર્ટ હોય. પહેલા જમાનો હતો કે પાસપોર્ટ માટે વરસમાં લગભગ 40-50 લાખ અરજિઓ આવતી હતી. આજે બે-બે કરોડ લોકો પાસપોર્ટ માટે અરજી કરે છે. અને આજે લગભગ એક-બે અઠવાડિયામાં નાગરિકોને પાસપોર્ટ, જે તેનો હક છે, તે પહોંચાડી દેવામાં આવે છે.

અને પારદર્શિતા, કોઈ લાગવગની જરૂર નહીં, કોઈ ટાળવાની વાત નહીં, , સુરાજ્યમાં વહિવટમાં દક્ષતા પણ હોવી જોઈએ. એફીશ્યન્સી હોવી જોઈએ. અને એટલા માટે, આપણે ત્યાં, પહેલા કોઈ કંપનીને પોતાનું કોઈ કારખાનું નાખવું હોય કે બિઝનેસ કરવો હોય તો અરજી કરતા હતા. માત્ર નોંધણીનું કામ હતું, તે દેશ માટે કંઈક કરવા માગતા હતા, પરંતુ છ-છ મહિના તો એમ જ વીતી જતા હતા., તેના તે નિયમો,

તેના તે જ કર્મચારી, તેનું તે કંપની નોંધણીનું કામ જે 24 કલાકમાં કરવા માટે કરી રહ્યા છે.

એકલા ગત જુલાઈ માસમાં જ 900 થી વધુ આવા રજીસ્ટ્રેશનનું કામ એમણે કર્યું છે.. આજે 75 વર્ષમાં દેશનું મન પણ બદલાયું છે. તેને યોજનાઓની જાહેરાતથી સંતોષ નથી થતો. નકશો બતાવવાથી તે સંતુષ્ટ નથી થતો, તેને બજેટની જોગવાઈઓ બતાવી દીધી એટલે તે માનવા તૈયાર નથી, એ ત્યારે માને છે જ્યારે યોજના ધરતી પર સાકાર થાય છે અને આપણે જૂની-પુરાણી ઝડપે યોજનાઓ સાકાર નહીં કરી શકીએ.

આપણે આપણા કામની ગતિ ઝડપી બનાવવી પડશે. ગતિ હજી વધુ વધારવી પડશે. ત્યારે જઈને આપણે કહી શકીશું. આપણા દેશમાં દરેક ગામના નાગરિકને અપેક્ષા હોય છે કે તેને એક પાકો રસ્તો મળે. કામ બહુ મોટું છે. પહેલાં એક દિવસમાં 70-75 કિલોમીટરના ગ્રામીણ પાકા રસ્તા બનાવવાનું કામ થતું હતું. આજે એ ઝડપ વધારીને રોજની 100 કિલોમીટર સુધી ગયા છીએ.

આગતિ આગામી દિવસોમાં સામાન્ય માનવીની અપેક્ષાઓને પૂર્ણ કરશે. આપણા દેશમાં ઊર્જા અને તેમાં પણ પુનઃ પ્રાપ્ય ઊર્જા રીન્યુઅલ એનર્જી, પર અમારું જોર છે. એક સમય હતો જ્યારે આપણા દેશમાં આઝાદી પછીના આટલા વર્ષો પછી જે કામ ચાલતું હતું તેમાં વિન્ડ એનર્જી – પવન ઊર્જામાં ઝડપી કામ થયું. ગયા એક વર્ષની અંદર લગભગ 40 ટકા તેમાં વૃદ્ધિ કરી છે. આ છે તેની ગતિનો ખરો અર્થ. સૌર ઊર્જા, પૂરી દુનિયા સૌર ઊર્જા પર ખાસ ભાર મૂકી રહ્યો છે. 116 ટકા તેમાં વધારો કર્યો છે. આ બહુ મોટો બદલાવ છે. આ થોડો થોડો વધારો નથી. આ બહુ મોટી હરણફાળ છે. આજે આ કામ લગભગ લગભગ વર્ષે 50 હજાર કિલોમીટર સુધી પહોંચાડ્યું છે. પહેલાં, 10 વર્ષે 1500 કિલોમીટરના હિસાબે કામ થયું હતું અને આજ બે વર્ષમાં 3500 કિલોમીટરનું કામ કરવામાં સફળ થયા છીએ.

આજે આધારકાર્ડને સરકારી યોજનાઓ સાથે જોડીને સીધા લાભની બાબતમાં જે પણ છીંડાં હતા તે પહેલાં જ્યાં ચાર કરોડ લોકોને જોડી શકાયા હતા ત્યાં આજે 70 કરોડ નાગરિકોને આધાર અને સરકારી યોજનાઓ સાથે જોડવાનું કામ પૂરું કરી દીધું છે. અને જે

બાકી છે તેમને પણ જોડવાનું કામ ચાલી રહ્યું છે. આપણે ત્યાં મધ્યમ વર્ગના લોકો હોય, સામાન્ય વર્ગના લોકો હોય તેમાંથી જેમના ઘરે કાર હોય તેને પ્રતિષ્ઠાનો વિષય માનવામાં આવે છે. એક સમય હતો કે ઘરમાં ગેસનો ચૂલો હોય તો તેને એક ધોરણ માનવામાં આવતો હતો. સમાજમાં એક દરજ્જાના રૂપમાં માનવામાં આવતો હતો.

દેશ આઝાદ થયાના 60 વર્ષ દરમિયાન આ રાંધણ ગેસ લગભગ 14 કરોડ લોકોને (60 વર્ષમાં) મળ્યો હતો. એક તરફ 60 વર્ષમાં 14 કરોડ રાંધણ ગેસના જોડાણ અને બીજી તરફ અમે 60 અઠવાડિયામાં નવા ચાર કરોડ કુટુંબોને રાંધણગેસના જોડાણ આ ગતિ છે જે સામાન્ય માણસની જિંદગીની ગુણવત્તામાં પરિવર્તન લાવવા માટે સંભવ બની છે.. કાયદાઓનો બોજ સરકારને પણ, ન્યાયતંત્રને પણ અને નાગરિકો માટે પણ ગૂંચવાડા પેદા કરતો રહેતો હતો

. લગભગ 1700 કાયદા છે. તેમાંથી લગભગ પોણા બારસો સંસદમાં નાબુદ પણ કરી દીધા છે અને બાકીના નાબુદ કરવાની દિશામાં આગળ છીએ. આજે ભારત દેશ મિશન મંગલ , મિશન ચંદ્ર યાન , મિશન શક્તિ , વિવિધ ઉપગ્રહો , મિસાઈલ ,વિવિધ ટેન્કો , વિમાનો , રાઇફલ , હેલોકોપટર , સબમરીન જેવા અવકાશી અને લશકરી સ્તરે આત્મનિર્ભર ભારત બન્યું છે . જ એક મોટી સિદ્ધિ છે ઉપરાંત કોરોના કાળ માં દવા અને વૅક્સિન મામલે આજે ભારત વિશ્વ ને માર્ગ દેખાડે છે , યોગ , આયુર્વેદ ની ભારત ની સંસ્કૃતિ કોરોના જેવી મહામારી માં વિશ્વ ને માર્ગ દેખાડે છે જે એક ૭૫ વર્ષ ની મોટી સફળતા છે . ભારત માં અનેક ચીજ વસ્તુઓ દેશ માંથી આયાત થઈ છે અને અનેક માં ભાર નું ઉત્પાદન વિદેશું માં પણ વધારે છે .ભારત ના શેરબઝાર માં અનેકે આજે વિદેશી દેશી કંપનીઓ આગળ છે જે ભારત ની સિદ્ધિ છે .

સામાન્ય રીતે કોઈ-કોઈ વાર દેશમાં એક સ્વભાવ બની ગયો હતો કે આ કામ તો થઈ શકતું હશે. ભાઈ, અત્યારે તો નહીં થાય, ક્યારે થશે તો ખબર નહીં. નિરાશાનો આપણો મિજાજ બનતો જઈ રહ્યો હતો. તેને તોડીને બહાર નીકળવાનું, શાસનમાં ઊર્જા ભરવાનું જરૂરી હતું. અને જ્યારે કે સિદ્ધિ જોવા મળે છે, તો ઉત્સાહ પણ વધે છે.

ઊર્જા પણ વધે છે. સંકલ્પ પણ બહુ દ્રઢ બની જાય છે અને પરિણામ પણ નજીક દેખાવા લાગે છે. પ્રધાનમંત્રી જનધન યોજના માં 21 કરોડ કુટુંબોને, 21 કરોડ નાગરિકોને જનધન યોજનામાં જોડીને અશક્ય કામ શક્ય કરાયું. અને અશક્યને શક્ય બનાવ્યું તે સરકારના ખજાનામાં નાણાં આવ્યા તેનો સરકારને યશ નથી જતો, આજે હિંદુસ્તાનના ગામડાંઓમાં નારી ગૌરવનું અભિયાન ચાલે છે. તેનું એક મહત્વનું પાસું છે, ખુલ્લામાં શૌચક્રિયા બંધ કરવાનું છે.

ગામોમાં શૌચાલય બનવા જોઈએ. હિન્દુસ્તાનમાં ગામડાંઓમાં બે કરોડથી વધુ શૌચાલય બની ચૂક્યા છે. 70 હજારથી વધુ ગામ આજે ખુલ્લામાં ઝાડ જવાની પરંપરાથી મુક્ત થઈ ચૂક્યા છે. અઢાર હજાર ગામોમાંથી 10 હજાર ગામોમાં આજે વીજળી પહોંચી ગઈ છે., એલ.ઇ.ડી. બલ્બની વાત કરું. વિજ્ઞાનમાં સંશોધન કરનારાઓએ દરેક નાગરિકની ભલાઈ માટે તેને વિકસિત કર્યા. પરંતુ ભારતમાં સાડા ત્રણસો રૂપિયામાં એલ.ઇ.ડી. બલ્બ વેચાતો હતો. કોણ ખરીદે? પરંતુ અત્યાર સુધીમાં 13 કરોડ બલ્બ વહેંચાઈ ચૂક્યા છે. આપણા દેશનું રાજકારણ લોકરંજક બની ગયું છે.

અર્થતંત્ર પણ લોકરંજક જ બની ચૂક્યું છે.. 77 કરોડ બલ્બ વહેંચવાનો સંકલ્પ છે આપ પણ આપના ઘરમાં એલ.ઇ.ડી. બલ્બ લગાડશો. વરસમાં અઢીસો, ત્રણસો, પાંચસો રૂપિયા બચાવો અને દેશની ઊર્જા બચાવો. દેશના પર્યાવરણને બચાવો. જ્યારે 77 કરોડ એલ.ઇ.ડી. બલ્બ લાગી જશે. હિન્દુસ્તાનની 20 હજાર મેગાવોટ વીજળી બચી જશે અને જ્યારે 20 હજાર મેગાવોટ વીજળી બચશે એટલે લગભગ સવાલાખ કરોડ રૂપિયા બચશે આપ આપના ઘરોમાં એક એલ.ઇ.ડી. બલ્બ લગાવીને દેશના સવા લાખ કરોડ રૂપિયા બચાવી શકો છો. 20 હજાર મેગાવોટ વીજળી બચાવીને આપણે ગ્લોબલ વોર્મિંગ વિરુદ્ધ લડાઈ લડી શકીએ છીએ.

આપણે દેશના પર્યાવરણના રક્ષણના પ્રયાસોમાં બહુ મોટું યોગદાન આપી શકીએ છીએ. અને આ સામાન્ય માનવી આપી શકે છે. આપણે ઊર્જા પર, પેટ્રોલિયમ પેદાશો પર દુનિયાના અન્ય દેશો પર નિર્ભર છીએ. અને તેના કારણે લાંબા ગાળાના કરારો થયા છે. જેથી આપણને લાંબા સમય સુધી નિશ્ચિત કિંમતે તે વસ્તુઓ મળતી રહે છે.

ચાબહાર બંદર મધ્ય એશિયા સાથે જોડવાની એક મહત્વની કડી છે.

સઘળી સરકારો વચ્ચે સતત ચર્ચા થતી રહી. વારંવાર પ્રયાસો થતા રહ્યા. આજે મને અશક્ય કાર્ય શક્ય થતું જોઈ આનંદ થઈ રહ્યો છે. જ્યારે ઈરાન, અફઘાનિસ્તાન અને હિન્દુસ્તાન સાથે મળીને ચાબહાર બંદરના નિર્માણ માટે પગલાં ભરવાની દિશામાં નવીન યોજના સાથે આગળ વધે છે ત્યારે અશક્ય કામ શક્ય બની જાય છે.

ગુરુ ગોવિંદસિંહજીએ બહુ સરસ વાત કરી હતી, ગુરુ ગોવિંદસિંહજી કહેતા હતા, જે હાથે કદિ સેવા ન કરી હોય, જે હાથથી ક્યારેય કોઈ કામ ના થયું હોય, 'જે હાથ શ્રમથી મજબૂત ન બન્યા હોય, જે હાથમાં કામ કરતા કરતા હાથમાં ડંખ ના પડી ગયા હોય, તે હાથને હું પવિત્ર હાથ કેવી રીતે માની શકું છું.' આવું ગુરુ ગોવિંદસિંહજીનું કહેવું છે. દુષ્કાળની સ્થિતિ બદલી છે.

આ વખતે સારો વરસાદ થઈ રહ્યો છે. ક્યાંક ક્યાંક અતિવૃષ્ટિના કારણે તકલીફ પણ થઈ છે. જે રાજ્યોને, જે નાગરિકોને તકલીફ થઈ છે, તેમના સંકટના સમયે ભારત સરકાર પૂરી રીતે તેમની સાથે છે. પરંતુ આપણા દેશમાં આપણે જ્યારે કઠોળની અછત અનુભવી રહ્યા છે, આપણા ખેડૂતો જ્યારે બીજા પાકો પર ચડી ગયા હતા, પરંતુ ભારતમાં સામાન્ય માનવીની કઠોળની માંગ વધી, ત્યારે આજે કિસાનોએ કઠોળનું વાવેતર દોઢ ગણું કરી નાખ્યું છે.

કઠોળનું સંકટ દૂર કરવા માટે, તેનો ઉપાય શોધવામાં ખેડૂત આગળ આવ્યો છે. કઠોળના લઘુતમ ટેકાના ભાવ નક્કી કર્યા છે. દાળ માટે બોનસ જાહેર કર્યું છે. ખેડૂતો પાસેથી દાળ ખરીદવાની વ્યવસ્થા પણ સારી ગોઠવી છે અને એટલા માટે હવે અમે ખેડૂતને જ્યારે કઠોળ વાવવા માટે પણ પ્રોત્સાહિત કરી રહ્યા છીએ અને તેનો લાભ પણ બહુ મોટો થશે.

આ ધરતી માતાની તબિયત માટે, જમીનના આરોગ્ય માટે સોઇલ હેલ્થ કાર્ડ, મુખ્ય પોષક તત્વો, સૂક્ષ્મ પોષક તત્વોની ચિંતા કરી અને ખેડૂતોને એ સમજાવ્યું કે તમારી જમીનમાં આ ઉણપ છે અને આ સારી બાબત છે. તમારી જમીન આ પાકને યોગ્ય છે, આ પાક માટે નહીં અને ખેડૂતોને ધીરે ધીરે સોઇલ હેલ્થકાર્ડની મદદથી પોતાના પાકનું

આયોજન શરૂ કર્યું અને જે જે ખેડૂતોએ પાક આયોજન કર્યું છે તેઓ જણાવે છે કે અમારો ખેતી ખર્ચ લગભગ 25 ટકા ઓછો થઈ રહ્યો છે.

અને અમારી ઉપજમાં 30 ટકાનો વધારો દેખાઈ રહ્યો છે. હજી આ સંખ્યા ઓછી છે પરંતુ આવનારા દિવસોમાં જેમ જેમ વાત ફેલાશે આ વિસ્તાર આગળ વધશે. ખેડૂત પાસે જમીન છે, જો તેને પાણી મળી જાય તો દેશના ખેડૂતની તાકાત છે કે તે માટીમાંથી સોનું પેદા કરી શકે છે. આ તાકાત મારા દેશના ખેડૂતમાં છે અને એટલા માટે જળ વ્યવસ્થાપન પર ભાર મૂક્યો છે. જળસિંચન પર ભાર મૂક્યો છે. જળ સંરક્ષણ પર ભાર મૂક્યો છે. પાણીનું એક એક ટીપું કેવી રીતે ખેડૂતને કામ આવે, પાણીનું મહત્વ કેવી રીતે વધે, ટીપા દીઠ વધુ પાક, સૂક્ષ્મ સિંચાઈ વગેરે પર અમે ભાર મૂકી રહ્યા છીએ. 90 ટકાથી વધારે સિંચાઈ યોજનાઓ અડધી-પડધી ઠપ્પ પડી હતી. અને સોલાર પમ્પ ઘરમાં હોવાના કારણે વીજળી પણ પોતાની, સૂરજ પણ પોતાનો, જમીન પણ પોતાની અને ખરું પણ પોતાનું. મારો ખેડૂત પોતાના પર જ નિર્ભર અને આબાદ પણ થશે. અત્યાર સુધી 77 હજાર સોલાર પમ્પ વહેંચવામાં અમે સફળતા મેળવી છે.

ખેડૂતને યુરિયા જોઈએ. ખાતર જોઈએ. એક જમાનો હતો કે ખાતરના કાળા-બજાર થતા હતા. એક સમય હતો કે ખાતર મેળવવા માટે પોલીસનો લાઠીચાર્જ ખમવો પડતો હતો. એક જમાનો હતો કે ખાતરના અભાવે ખેડૂત પોતાની આંખો સામે પોતાના પાકને બરબાદ થતો જોતો હતો ખાતરની અછત એ વીતેલા દિવસોનો વિષય બની ગઈ છે. ઇતિહાસના ગર્ભમાં ચાલ્યો ગયો છે. આજે આપણે ખાતરની અછત નહીં પણ સૌથી વધુ ખાતરનું ઉત્પાદન કરવામાં સફળ થયા છીએ.

એક તરફ આપણે રેલવેમાં બાયો ટોયલેટની પણ ચર્ચા કરીએ છીએ તો આપણે બુલેટ ટ્રેન લાવવાની પણ ચર્ચા કરીએ છીએ, એક તરફ આપણે ખેડૂત જમીન ચકાસણી કાર્ડ લાવવાની ચર્ચા કરીએ છીએ. તો બીજી તરફ આપણે સેટેલાઇટ તથા સ્પેસ ટેક્નોલોજીની દિશામાં પણ આગળ વધવા માગીએ છીએ. આપણે સ્ટેન્ડ અપ ઇન્ડિયાની વાતો કરીએ છીએ તો સ્ટાર્ટ અપ ઇન્ડિયા માટે પણ પગલા ઉઠાવીએ છીએ. આપણે પ્રતિકવાદની જગ્યાએ વાસ્તવિકતા પર ભાર

મૂકી રહ્યા છીએ.

આપણે પૃથક વિકાસ ના સ્થાને એકીકૃત વિકાસ તરફ ભાર મૂકી રહ્યા છીએ. આપણે એનટાઇટલમેન્ટ છોડીને સશક્તિકરણ પર ભાર મૂકી રહ્યા છીએ. અને જ્યારે દેશ સશક્ત થાય છે , અખબાર વાંચશો તો, દરેક વર્ષે શેરડીના ખેડૂતોના બાકી નાણાં, તે દરેક વખતે ચર્ચામાં રહેતું હતું, સુગર મીલ આ નથી કરતી, રાજ્ય સરકાર આ નથી કરતી, શેરડીના ખેડૂતોને આ પરેશાની છે, હજારો કરોડ રૂપિયાનું બાકી લેણું હતું. હજારો કરોડ રૂપિયાનું લેણું હતું, અમે તેના માટે એક યોજના બનાવી , તેની પાછળ પડી ગયા, છેલ્લા માણસ સુધી તેનો લાભ, ખેડૂતના ઘર સુધી તેના પૈસા પહોંચવા જોઇએ. જૂનું જે લેણું હતું, જૂનું લેણું હતું, 95 ટકા દેવું, 95 ટકા લેણું ચૂકતે કરી દીધું છે. આ ઘણા વર્ષો બાદ થયું છે.

આ વખતે શેરડીનો જે વેપાર થયો. શેરડી ખરીદવામાં આવી. અત્યાર સુધી લગભગ 95 ટકા લેણું ચૂકતે કરી દેવામાં આવ્યું છે. અને જે પાંચ ટકા પણ બાકી રહ્યું હશે તે આગામી સમયમાં જરૂર વહેંચી દેવામાં આવશે ,ઉજ્જવળ યોજના અંતર્ગત ગરીબ માતાને ચૂલ્હાથી મુક્તિ આપવાનું અભિયાન ઝડપથી ચલાવ્યું છે. પાંચ કરોડ ગરીબ પરિવારોને જ્યારે ગેસનો ચૂલ્હો મળશે, અને 3 વર્ષમાં કરવાનું બીડું ઝડપ્યું છે. આ કામ ચાલી રહ્યું છે, લગભગ લગભગ 50 લાખ સુધી પહોંચી ગયા છીએ. અને તે પણ તે છેલ્લા 100 દિવસોની અંદર આ કામ થઇ ગયું છે.

આપણી પોસ્ટ ઓફિસ, ઇન્ફર્મેશન ટેક્નોલોજી, વોટ્સ એપ મેસેજિસ,ઓનલાઇન ઇ – મેઇલ, તેમના કારણે ધીર ધીરે પોસ્ટ ઓછી થવા લાગી, પોસ્ટ ઓફિસ, આપણી જે ઓળખ છે, અમે પોસ્ટ ઓફિસને પુર્ન જીવિત બનાવવાનું, ફરીથી તાકાતવાર બનાવવાનું, પોસ્ટ ઓફિસ ગરીબ અને નાના વ્યક્તિ સાથે જોડાયેલું રહે છે. સરકારનો પ્રતિનિધિ કોઇ હિન્દુસ્તાનના સામાન્ય માનવી સાથે પ્રેમથી જોડાયેલો રહે છે તો એ ટપાલી હોય છે, ટપાલીને દરેક કોઇ પ્રેમ કરે છે, ટપાલી દરેકને પ્રેમ કરે છે. પરંતુ તે ટપાલી તરફ આપણું ક્યારેય ધ્યાન જતું નથી, આપણે બેન્કોને, આપણી પોસ્ટ ઓફિસને પેમેન્ટ બેન્ક બનાવવાની દિશામાં પગલા લીધા છે. આ પેમેન્ટ બેન્ક બનાવાથી

એક સાથે દેશના ગામો સુધી બેન્કોની જાળ ફેલાશે, જન ધનનો લાભ મળશે, અને સામાન્ય માનવીના પૈસા સીધા તેના ખાતામાં જાય છે, ભ્રષ્ટાચાર ઓછો થઇ રહ્યો છે.

તેમાં આ બેન્કોને પેમેન્ટ બેન્ક બનાવવાનો પોસ્ટ ઓફિસનું જે કામ છે તેનો લાભ મળશે, આપણા દેશમાં જે પણ પીએસયુ બને છે, તે પીએસયુ, ખાડામાં જવા બને છે, અટકી જવા બને છે, તાળા વાગી જવા બને છે, કે પછી વેચાવા બને છે આ તેનો ઇતિહાસ રહ્યો છે, એર ઇન્ડિયા સમગ્ર રીતે બદનામ થઇ રહ્યું હતું. તે એર ઇન્ડિયાને ગયા વર્ષે ફાયદો કરાવવામાં સફળ થયા છીએ. બીએસએનએલ, આખી દુનિયાની ટેલિકોમ કંપનીઓ કમાઇ રહી છે, બીએસએનએલ ખોટ કરી રહી હતી, પહેલી વખત બીએસએનએલે નફો કરાવવામાં સફળતા મેળવી છે. શિપિંગ કોપોરેશન ઓફ ઇન્ડિયા ક્યારેય ફાયદામાં આવશે તે માનતા નહોતા આજે શિપિંગ કોપોરેશન ઓફ ઇન્ડિયા ફાયદામાં રહ્યું છે.

એક જમાનો હતો વિજળીનું કારખાનું આવતા અઠવાડિયે ચાલશે કે કેમ તે ખબર નહોતી, કોલસો આવશે કે નહીં આવે, કેટલા વિજળીના કારખાના કોલસાના કારણે બંધ પડ્યા તે સમાચારો આવતા હતા, આજે કોલસો, વિજળીના કારખાનાના દરવાજા સુધી ઊભો છે. આધાર કાર્ડને, આધાર નંબરને સરકારી યોજનાઓ સાથે જોડ્યા છે અને સરકારી યોજનાઓના કારણે એક સમય હતો કે જ્યારે વિધવા પેન્શન હોય, સ્કોલરશિપ હોય, દિવ્યાંગો માટે કોઇ વ્યવસ્થા હોય, લઘુમતિ માટે કોઇ વ્યવસ્થા હોય, સરકારી ખજાનાથી પૈસા જતા હતા, લાભાથીઓની યાદી પણ આવતી હતી પંરતુ ધ્યાનમાં આવ્યું કે જેમનો જન્મ પણ થયો નથી, જે દુનિયામાં પણ આવ્યા નથી, તેવા લોકો પણ આ યાદીમાં છે. અને આ પ્રકારની યોજનાઓનો લાભ ઉઠાવી રહ્યા છે, આ વચેટિયાઓ અબજો ખવી રૂપિયા સેરવી લેતા હતા, અને ક્યારેય કોઇનું ધ્યાન જતું નહોતું.

આ આધાર નંબરના કારણે આ વચેટિયાઓને બહાર કર્યા, પૈસા સીધા આપ્યા, અને અનુભવ આવ્યો કે કરોડો લોકો એવા મળ્યા કે જે છે જ નહીં પરંતુ રૂપિયા જતા હતા, અબજો ખવી રૂપિયા હતા, તે તો બંધ થયા, પૈસા બચી ગયા. આજે કોલસાની હરાજી, કોઇ આરોપ નહીં,

કોઇ દાગી નહીં અને આજે હિન્દુસ્તાનમાં, રાજ્યોને આગામી સમયમાં જેમ જેમ કોલસો નીકળતો જશે લાખ્ખો રૂપિયાની કમાણી થતી રહેશે, સ્પ્રેક્ટમની હરાજી, આક્ષેપોમાં સપડાયેલી હતી અમે તેની ઓનલાઇન હરાજી કરી, અને આજે દેશનો ખજાનો પણ ભરાયો, સ્વસ્થ્ય સ્પર્ધા પણ થઇ જેનો દેશને લાભ થયો, ભાઇઓ અને બહેનો આજનું વિશ્વ એક વૈશ્વિક આર્થિક યુગમાંથી પસાર થઇ રહ્યું છે.

આજે દરેક દેશ એક સાથે જોડાયેલા છે. એક બીજા પર નિર્ભર છે, આર્થિક વિષયથી વિશ્વ એક પ્રકારથી કોઇને કોઇ સાથે જોડાયેલું છે. આપણે આપણા દેશમાં ગમે તેટલી પ્રગતિ કરીએ , પરંતુ સાથે સાથે આપણે વૈશ્વિક અર્થતંત્રને ધ્યાનમાં રાખતા, વૈશ્વિક ઝુકાવને ધ્યાનમાં રાખતા આપણા દેશને પણ વૈશ્વિક માપદંડોમાં સફળ બનાવવું પડશે, તેની બરાબરી પર લાવવું પડશે, ત્યારે જઇને આપણે તેમાં જોડાઇ શકીશું, ત્યારે જઇને આપણે આપણું યોગદાન આપી શકીશું, અને ત્યારે જ આપણે વિશ્વની અર્થ વ્યવસ્થાનું નેતૃત્વ કરી શકીશું અને એટલા માટે આપણે પોતાને પણ દરેક પળે સજ્જ કરવા પડશે, અને જો આપણે પોતાને સજ્જ કરવા હશે તો વૈશ્વિક માપદંડોની સાથે આપણે તાલ મેળવવો પડશે, તાજેતરમાં તમે જોયું હશે કે વર્લ્ડ બેન્ક હોય, આઇઍમઍફ હોય, ક્રેડિટ એજન્સી હોય, દુનિયામાં જેટલી પણ સંસ્થાઓ છે, તેમણે ભારતની પ્રગતિની પ્રશંસા કરી છે, ભારતના એક પછી એક નિર્ણયના કારણે, કાયદામાં સુધારો, વ્યવસ્થામાં સુધારો, વલણમાં સુધારો, આ બધી બાબતોને દુનિયા બરાબર જોઇ રહી છે, વેપાર કરવામાં સરળતા આપણે ખૂબ જ ઝડપથી આપણા ક્રમાંકમાં સુધારો કર્યો છે.

વિદેશમાં રોકાણના મામલામાં, ફોરેન ડાયરેક્ટ ઇન્વેસ્ટમેન્ટના મામલામાં આપણે દેશ આજે દુનિયાની અંદર પસંદગીનો કોઇ દેશ છે તો એ હિન્દુસ્તાન બની ગયો છે, વિકાસ દરમાં દેશની મોટી મોટી અર્થવ્યવસ્થામાં, વૃદ્ધિની દુનિયામાં, જીડીપીમાં આપણે પાછળ રાખી દીધા છે, યુનાઇટેડ નેશન્સની એક સંસ્થાએ એક અનુમાન લગાવ્યું છે કે ભારત આગામી બે વર્ષમાં ક્યાં હશે તેમનું અનુમાન છે કે આ ભારત આજે આ અર્થવ્યવસ્થામાં દસમાં નંબરે ઉભું છે તેમણે યુઍનની સંસ્થાએ કહ્યું છે કે ભારત બે વર્ષની અંદર દસમાં ક્રમથી ત્રીજા ક્રમે

આવી જશે, વૈશ્વિક માપદંડોમાં સાધન સામગ્રીઓ, મૂળભૂત સુવિધાઓ, આ તમામ બાબતો પર ધ્યાન આપવામાં આવે છે.

દુનિયાના સમૃદ્ધ દેશોની સાથે તુલના થાય છે. વર્લ્ડ ઇકોનોમી ફોરમે ભારતની આ સાધન સામગ્રીઓ અંતર્ગત, મૂળભૂત સુવિધાની અંતર્ગત એક અધ્યયન કરીને જણાવ્યું છે કે પહેલાની સરખામણીમાં ભારત 19 ક્રમાંક ઉપર આવી ગયું છે અને ભારત ખૂબ જ ઝડપથી ઉપર આગળ વધી રહ્યું છે આપણા દેશમાં જે પ્રકારથી આપણે એક વૈશ્વિક સંદર્ભથી, એક ગતિશીલ, એક ચોક્કસ અર્થ વ્યવસ્થા સાથે આગળ વધી રહ્યા છીએ.

અત્યારે જીએસટીનો જે કાયદો પસાર થયો એમાં પણ તેણે પણ એમાં એક તાકાત આપવાનું કામ કર્યું છે.. બેટી વચાવો, બેટી પઢાઓ,. અને બેટી બચાવો , બેટી પઢાવો માટે અમે જે પહેલ કરી છે તેમાં હજી પણ મને સમાજના સહયોગની જરૂર છે. એક એક માતા પિતાએ સજાગ થવાની જરૂર છે, આપણે દિકરીઓનું સન્માન કરીએ, દિકરીઓની રક્ષા કરીએ, સરકારની યોજનાઓનો લાભ લઇએ, અમે સુકન્યા સમૃદ્ધિ યોજનાથી કરોડો પરિવારોને જોડ્યા છે.

જ્યારે દીકરી મોટી થાય છે. ત્યારે તેની ગેરન્ટી આપે છે, અમે મહિલાઓને લાભ થાય તે પ્રકારે વીમા યોજનાને બળ આપ્યું છે, તેના કારણે જે ફાયદો થવાનો છે. અમે ઇન્દ્ર ધનુષ ટીકાકરણ યોજના, કારણ કે માતાઓ અને બહેનોને એક આર્થિક સશક્તિકરણ તથા એક આરોગ્યનું પણ સશક્તિકરણ આ બે કામ કરી લીધા, શિક્ષિત કરી લીધા, તમે માની લો ઘરમાં એક મહિલા પણ જો શિક્ષિત છે, શારીરિક રીતે સશક્ત છે, આર્થિક રીતે સ્વતંત્ર છે, એક મહિલા ગરીબમાં ગરીબ પરિવારને પણ ગરીબીમાંથી બહાર કાઢી શકે છે. અને એટલા માટે ગરીબીની સામે લડાઇ લડવામાં મહિલાઓનું સશક્તિકરણ, મહિલાઓનો સાથ, મહિલાઓની આર્થિક સંપન્નતા, શારિરિક સંપન્નતા, તેની પર ભાર મૂકીને અમે કામ કરી રહ્યા છીએ, અને એના માટે ભાઇઓ અને બહેનો મને આનદ થયો, મુદ્રા યોજનાનો લાભ, સાડા ત્રણ કરોડથી વધારે પરિવારોએ તેનો લાભ લીધો, અને તેમાં મોટાભાગના એવા લોકો હતા કે જેમણે પ્રથમ વખત બેન્ક જોઇ હતી.

તેમાં પણ 80 ટકા લોકો એસ.સી, એસ.ટી, ઓબીસીના લોકો હતા અને તેમાં પણ બેન્કમાં મુદ્રા બેન્કમાં લોન લેનારી 80 ટકા મહિલાઓ છે., પોસ્ટ ઓફિસ જોઇએ છીએ ત્યારે આપણને ભારતની એકતા દેખાય છે, આપણે જેટલું વધારે ભારતને જોડનારા તત્વોને આગળ વધારીશું આપણી વ્યવસ્થામાં ફેરફાર લાવીશું, તો દેશની એકતાને બળ મળશે અને એટલા માટે દેશના ખેડૂતોને માટે મંડી E-નામ ની યોજના કરી છે. આજે ખેડૂત પોતાનો માલ ઓનલાઇન હિન્દુસ્તાનની કોઇ પણ મંડીમાં વેચી શકે છે.

હવે તે મજબૂર નહીં થાય કે પોતાના ખેતરથી 10 કિલોમીટરના અંતરે મંડીમાં મજબૂર થઇને માલ વેચે, સસ્તામાં વેચવો પડે, અને તેની મહેનતનું વળતર ન મળે, હવે દેશભરમાં E-નામની મંડી દ્વારા એક જ પ્રકારની મંડીનું નેટવર્ક ઊભું થઇ રહ્યું છે.
જીએસટી દ્વારા, ટેક્સેશનનો એક પ્રકારથી, એક સમાનતાની સમાન વ્યવસ્થાનું પરિણામ આવવાનું છે.

જે ભારતને જોડવાનું પણ એક કામ કરશે, , અને તેમાં ફેરફાર લાવવા માટે વન નેશન, વન ગ્રીડ, વન પ્રાઇસ તેમાં સફળતા મેળવી છે સવા સો કરોડ દેશવાસીઓ આપણો પરિવાર છે, આપણે સહુ મળીને દેશને આગળ વધારીએ, અને તે જ દિશામાં આપણે મળીને કામ કરવાનું છે. આજે સમગ્ર વિશ્વનું ધ્યાન ભારતની તે વાત પર જાય છે કે ભારત એક યુવા દેશ છે 800 મિલિયન જનસંખ્યા, 65 ટકા જનસંખ્ય જે દેશની પાસે 35 વર્ષથી ઓછી ઉંમરની હોય તે દેશ પોતાની યુવા શક્તિ દ્વારા શું ન કરી શકે, અને એટલા યુવાનોને અવસર મળે, યુવાનોને રોજગાર મળે, એ આપણા માટે સમયની માંગ છે.

વન રેન્ક, વન પેન્શન, દરેક હિન્દુસ્તાનીના ઘરમાં આનંદ પહોંચાડી દીધો,.. આપણા દેશના લોકોની ભાવના હતી કે નેતાજી સુભાષ બાબૂની ફાઇલો, લોકોની સામે ખુલે, પરિવારને બોલાવીને તે ફાઇલો રાખી અને તે નિરંતર પ્રક્રિયા આજે પણ જારી છે. દુનિયાના દેશોને ત્યાં જે ફાઇલો છે, તમે એને ખોલો, હિન્દુસ્તાનને સુભાષ બાબૂ તથા ભારતના ઇતિહાસને જાણવાનો હક છે. બાંગ્લાદેશ, જે દિવસે હિન્દુસ્તાનનું વિભાજન થયું, ત્યારથી લઇને સીમા વિવાદ ચાલ્યા કરે છે.

શ્રીમદ રાજચંદ્ર જી, તેમની 150મી જયંતિ છે, મહાત્મા ગાંધી તેમને પોતાના ગુરુ માનતા હતા અને શ્રીમદ રાજચંદ્ર જીની સાથે જ્યારે તે સાઉથ આફ્રિકામાં હતા, ત્યારથી શ્રીમદ રાજચંદ્રજીની સાથે પત્ર વ્યવહાર કરતા હતા. એક પત્રમાં શ્રીમદ રાજચંદ્રજીએ ગાંધીજીની સાથે હિંસા તથા અહિંસાની ચર્ચા કરી હતી અને રાજચંદ્રજી કહી રહ્યા હતા કે જે સમયે હિંસાનું અસ્તિત્વ રહ્યું છે. તે સમયથી જ અહિંસાનો સિદ્ધાંત પણ આવ્યો છે. બંનેમાં આ મહત્વનું છે કે આપણે કોને મહત્વ આપીએ છીએ કે પછી તેમાં કોનો ઉપયોગ માનવ હિતમાં થઇ રહ્યો છે.

અહિંસાની ચર્ચા આપણા દેશમાં ખૂબ જ સ્વભાવિક છે, માનવતા આપણી નસોમાં છે, આપણે એક મહાન વિરાટ સંસ્કૃતિના લોકો છીએ. આ દેશ વિવિધતાઓથી ભરેલો છે, રંગ રૂપથી ભરેલો છે, આ ભારતમાતાનો ગુલદસ્તો એવો છે, જેમાં દરેક પ્રકારની સુગંધ છે. દરેક પ્રકારના રંગો છે, દરેક પ્રકારના સપનાઓ છે. ભાઇઓ અને બહેનો, વિવિધતામાં એકતા, આ આપણી સૌથી મોટી તાકાત છે, એકતાના મંત્ર આપણા મૂળ સાથે જોડાયેલા છે.

ભાઇઓ અને બહેનો, જે દેશની 100થી વધારે ભાષા હોય, સેંકડો બોલીઓ હોય, અગણિત પહેરવેશ હોય, અગણિત જીવન પદ્ધતિઓ હોય, તેમ છતાં પણ આ દેશ સદીઓથી એક રહ્યો છે, તેનું મૂળ કારણ આપણી સાંસ્કૃતિક વિરાસત છે. આપણે સન્માન આપવાનું જાણીએ છીએ. આપણે સત્કાર કરવાનું જાણીએ છીએ. આપણે સમાવેશ કરવાનું જાણીએ છીએ, આ મહાન પરંપરાને લઇને આપણે ચાલ્યા છીએ એ એટલા માટે હિંસા તથા અત્યાચારનું આપણા દેશમાં કોઇ સ્થાન નથી.

જો ભારતના લોકતંત્રને મજબૂત બનાવવું છે, ભારતના સપનાઓને પૂરા કરવા છે તો આપણે માટે હિંસાનો માર્ગ ક્યારેય સફળ થશે નહીં. આજે ક્યાંક જંગલોમાં માઓવાદના નામ પર, સીમા પર ઉગ્રવાદના નામ પર, પહાડોમાં આતંકવાદના નામ પર, ખભા પર બંદૂક લઇને નિર્દોષોને મારવાની રમત રમાઇ રહી છે, ત્રાહી ત્રાહી થઇ રહ્યું છે, આ ધરતી પર માતા રક્ત રંજિત થઇ રહી છે. પરંતુ આ આતંકવાદના રસ્તા પર જનારા લોકોએ કંઇ મેળવ્યું નથી.

આ દેશ હિંસાને ક્યારેય સહન કરશે નહીં, આ દેશ આતંકવાદને ક્યારેય સહન કરશે નહીં. આ દેશ આંતકવાદની સામે ક્યારેય ઝુકશે નહીં. માઓવાદની સામે ક્યારેય ઝુક્યો નથી. અત્યારે સમય છે પરત ફરો, પોતાના માતા પિતાના સપના તરફ જુઓ, પોતાના માતા પિતાની આશા તથા આકાંક્ષાઓની તરફ જુઓ, મુખ્યધારામાં આવો, એક સુખ ચેનની જિંદગી જીવો. હિંસાનો રસ્તો ક્યારેય કોઇનું ભલું કરતો નથી. વિદેશ નીતિની વાતો કરીએ છીએ તો સંદેશ સ્પષ્ટ હતો કે આપણે તમામ દેશ, અડોશ પડોશના તમામ દેશ, આપણા બધાની સામાન્ય મુશ્કેલી છે તો તે ગરીબી છે. આવો આપણે સાથે મળીને ગરીબી સામે લડીએ. પોતાની સામે લડાઇ લડીને તબાહ થઇ ગયા છે.

પરંતુ જો ગરીબી સામે લડીશું તો આપણે બરબાદીમાંથી બહાર નીકળીને સમૃદ્ધિ તરફ ચાલી પડીશું દેશમાં આઝાદીના ઇતિહાસની વાતો થાય છે, તો અમુક લોકોની ચર્ચા તો ખૂબ જ થાય છે, અમુક લોકોની આવશક્યતાથી પણ વધારે થાય છે. આપણે દેશ માટે જીવીને દેખાડીએ, દેશ માટે કંઇક કરીને દેખાડીએ, પોતાની જવાબદારીઓ સંભાળીએ, બીજાને પણ જવાબદારી માટે પ્રેરિત કરીએ.

એક સમાજ, એક સપનું, એક સંકલ્પ, એક દિશા, એક મંજિલ. આ વાતને લઇને આપણે આગળ વધીએ. જો આપણે સૌ સાથે મળીને જો કામ કરશુ તો દેશ ને આપણે ૨૧ મી સદી માં જરુર વિશ્વ ના ટોચ ના ઉદ્યોગશીલ અને પ્રગતિશીલ દેશો માં ભારત ને જોસુ જ્યાં ના તો કોઈ જાતિવાદ , ના પ્રાંતવાદ હશે , ના ભષ્ટ્રાચાર હશે , અનામત નહિ હોય આંદોલન નહિ હોઉ , સમાન કામ સમાન વેતનનો કાયદો હશે , વીઆઈપી ક્લચર નહિ હોય , ભય ,ભૂખ અને ગરીબી હોય નહિ શુદ્ધ હવા પાણી ખોરાક મળશે , સરકારી અને રાહત દરે ભણતર અને ગણતર મળશે , ડિગ્રી પ્રમાણે નોકરી અને વેતન મળશે , દેશ ભાવના હશે અને દેશ માટે કામ કરવાની તમન્ના હશે ત્યારે જ આવા ભારત ની ૭૫ વર્ષ ની સિદ્ધિ આવશે તેવું મારુ માનવું છે , જય હિન્દ, વંદેમાતરમ .

સંદર્ભ : વિવિધ અખબારી અહેવાલો ,ભારત નો ઇતિહાસ, વિકિપીડિયા , વિવિધ લેખકોના બ્લોગ અને અને તેના લેખ , માનનીય વડાપ્રધાન ના લાલકિલ્લા માં કરેલા ભાષણ ની વાતો (2022)